Why is England Interesting?

อังกฤษน่าสนใจทำไม?

© copyright Try Thai LLC 2010.
All rights reserved. Teachers may copy this book for classroom use.

Dedicated to the English like my ancestors who left a comfortable country and dared to explore the wider world.

Table of Contents

Page	Description
3	Introduction
8	Stonehenge
9	Romans and Others
17	Mixed Culture
19	Castles & Knights
21	Reformation
23	Ships and Seas
25	Iron and Industry
29	First Trains
31	First Modern Factories
33	Countryside and Landscapes
41	Beaches
47	Rainbows and Rain
51	Spectrum of Colors
55	Stubborn
57	Old and New
59	London
63	First Computer
65	Float Glass & Windows for All
67	Buildings
69	Tradition
71	Contrast & Conclusion

What is interesting about England? The English made the world's biggest empire. By 'biggest' we mean the most spread out from America to Australia with places like South Africa and India in between.

มีอะไรน่าสนใจเกี่ยวกับอังกฤษ คนอังกฤษทำให้จักรวรรดิที่ใหญ่ที่สุดของโลก โดย 'ที่ใหญ่ที่สุด' เราหมายความว่า ส่วนใหญ่ที่แผ่จากอเมริกาออสเตรเลียกับสถานที่เช่นแอฟริกาใต้และอินเดียระหว่าง

People from England explored and settled all around the world. English is the most widely spoken language on the planet. The separate countries of England, Wales, Scotland and Northern Ireland joined together to make the United Kingdom.

คนจากอังกฤษสำรวจ และชำระแล้วทั่วโลก ภาษาที่พูดกันอย่างกว้างขวางบน โลก ประเทศแยกต่างของอังกฤษ เวลส์ สกอตแลนด์ และไอร์แลนด์เหนือเข้าร่วมกัน เพื่อทำให้สหราชอาณาจักร

England, Wales and Scotland are on the same island that is called Great Britain. Northern Ireland is on the island to the West. British means someone from the United Kingdom. English means someone from England.

อังกฤษ เวลส์ และ สกอตแลนด์ อยู่บนเกาะเดียวกัน คนหราชอาณาจักร หมายถึง บุคคลที่มาจากการ สหราชอาณาจักร ชาวอังกฤษ หมายถึงบุคคลที่มาจากประเทศอังกฤษ

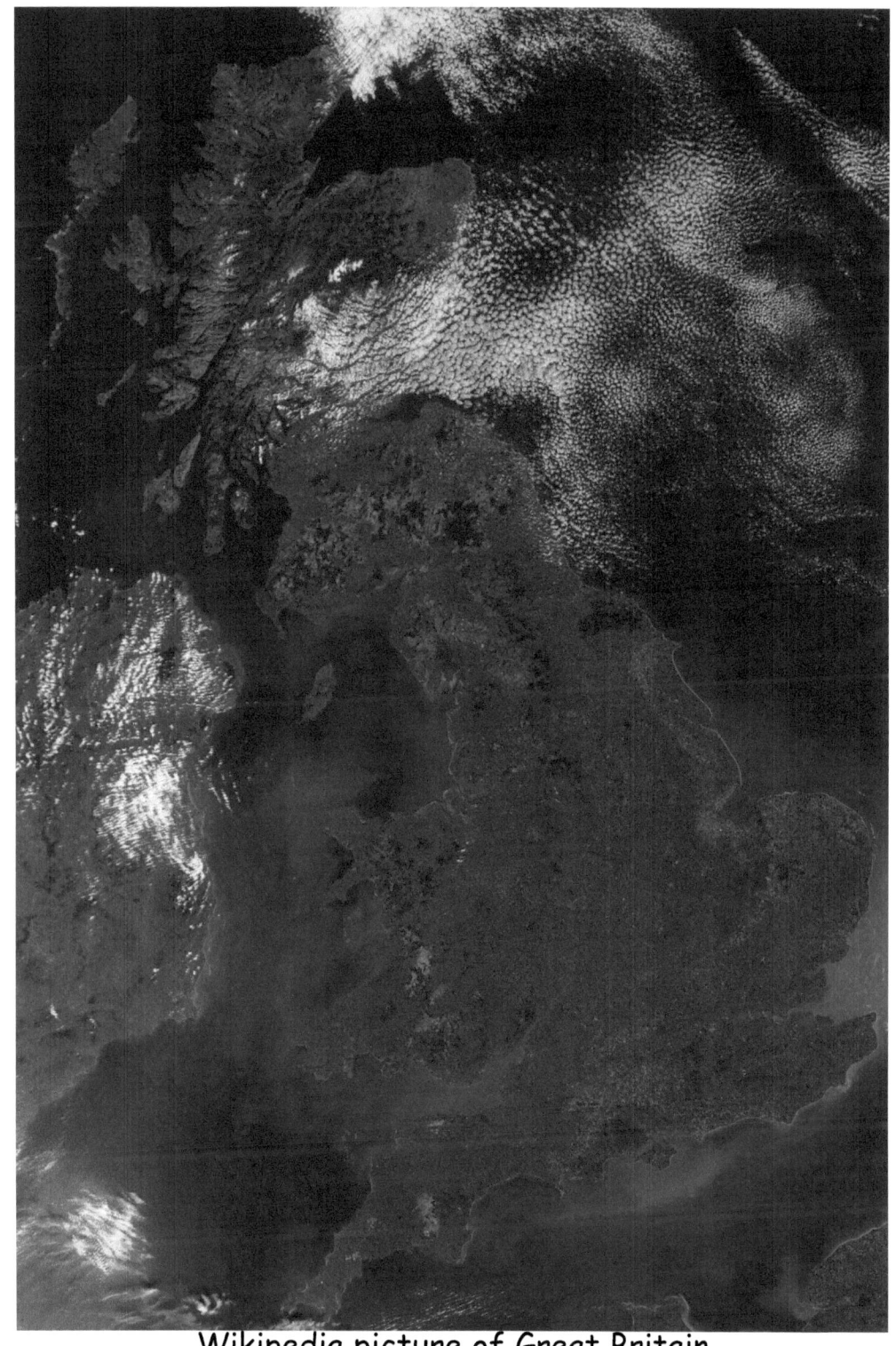
Wikipedia picture of Great Britain

People have lived in England for a long time. Stonehenge was built over four thousand years ago. It is believed to be a sun calendar so people would know when to plant crops.

คนมีอาศัยอยู่ในประเทศอังกฤษเป็นเวลานาน สโตนเฮนจ์ถูกสร้างขึ้นประมาณสี่พันปีที่ผ่านมา มันเชื่อกันเป็น ปฏิทินดวงอาทิตย์ ดังนั้นผู้คนจะรู้ว่าเมื่อปลูกพืช

Stonehenge

Over two thousand years ago, the Romans invaded England. They built cities, roads and forts. Today, some of the straightest roads in England still follow the path of the old Roman roads. Romans had indoor plumbing. After the Roman's left, it was over a thousand years before England had indoor plumbing again.

กว่าสองพันปี ชาวโรมันยุ่นอังกฤษฺ พวกเขาสร้างขึ้น เมือง ถนน และ การทำ ท่อ น้ำ วันนี้บางอย่างของถนน ตรง ในอังกฤษยังทำตามเส้นทางของถนนสายโรมันเก่าชาวโรมันได้งานที่ตรงในร่ม หลังจากโรมัน ซ้าย มันเป็นพันกว่าปีก่อนที่อังกฤษมีในร่ม ท่อ น้ำ อีกครั้ง

Housesteads Roman Fort part of Hadrian's Wall

Romans made a wall eighty miles long all the way across England. It's named Hadrian's Wall after the Roman Emperor. It was built as a boundary; to control trade and prevent attacks from the people up North.

ชาวโรมันทำกำแพงแปดสิบไมล์ยาวทางข้ามประเทศอังกฤษ มันมีชื่อว่า เหรียน หลังจากจักรพรรดิโรมันพิมพ์ใน สร้างเป็นขอบเขตการควบคุมทางการค้า และป้องกันการโจมตีจากผู้ที่ขึ้นเหนือ

Housesteads
Roman Fort
Please buy a ticket or show passes
at the museum before entering the fort
Admission prices
For your safety
ENGLISH HERITAGE
DJA

Over the years different European Races came to England like the Celts, Romans, Saxons, Angles and Vikings. The English are a mixture of all these races and more.

ผ่านหลายปี เชื้อชาติยุโรปที่แตกต่างกันมาพร้อมกับอังกฤษเช่น เคลต์ ชาวโรมัน ชาวแซ็กซอน เอง-กัล และ ไวกิ้ง ชาวอังกฤษเป็นการผสม ผสานระหว่างเชื้อชาติทั้งหมดเหล่านี้และเพิ่มเติม

In fact England means “land of the Angles”. The Angles and Saxons came to England from what is today Germany.

ในความเป็นจริง อังกฤษหมายถึง "ดินทำให้ ชาว เอง-กุ้ล " ชาว เอง-กัน และ ชาวแซ็ก ซอน มาพร้อมกับอังกฤษจาก เยอรมนี

About a thousand years ago, the Norman's from France conquered England. A big church called an Abbey was built on the site of the huge battle between the Norman's and the Saxon's. The Normans added a lot of French to the English Language. For example, the Saxon's said "pig" but the Norman's called it "pork' to make it sound more posh.

ระหว่าง พันปีมา ชาว นอ-มัน ของจากฝรั่งเศส เสียท่าอังกฤษ โบสถ์ใหญ่เรียกว่า Abbey ถูกสร้างขึ้นบน ที่ของสงครามขนาดใหญ่ระหว่างของ ชาว นอ-มัน และของแซกซัน ชาว นอ-มัน ที่เพิ่มมากภาษาฝรั่งเศสภาษาอังกฤษ ตัวอย่าง ชาวแซกซันกล่าวว่า หมู "pig" แต่ ชาว นอ-มัน ที่เรียกว่า "pork' เพื่อทำให้เสียง เพิ่มเติม

Battle Abbey at Hastings

This mixed culture is shown in the names of the weekdays. Saturday (Saturn's Day), Sunday and Monday (Moon's Day) show how the Roman's called the days after objects they could see in the sky.

วัฒนธรรมผสมนี้จะแสดงชื่อของวัน ทำการ วันเสาร์ (วันของดาวเสาร์) วันอาทิตย์ และวันจันทร์ แสดงวิธีที่ ของโรมันเรียกว่าวันหลังจาก ดาว ที่ เห็น ที่ ท้องฟ้า

Wikipedia

The rest of the English weekdays are named after Saxon and Viking gods. Tuesday after the Viking & Saxon god of War, Tiw. Wednesday after the Saxon main god, Woden. Thursday after the Viking god of thunder, Thor. Friday after the Viking goddess of Love, Frigga.

ส่วนเหลือของชื่อวันอังกฤษ มีชื่อ เทพเจ้า ชาว แซกซันและไวกิง วันอังคารหลังจากพระเจ้าไวกิง เทพเจ้า สงคราม Tiw วันพุธหลังจาก แซกซันพระ Woden วันพฤหัส ลังจากพระเจ้าไวกิงของฟ้าร้อง Thor วันศุกร์หลังจากที่เจ้าไวกิงของรัก Frigga

Frigga fromWikipedia

In the Middle Ages, successive kings and rich aristocrats built castles to keep control of England, Scotland and Wales.

ในช่วงยุคกลาง ทหารของพระราชาที่เรียกว่า
อัศวิน สวมหุ้มโลหะ เพื่อควบคุมอังกฤษ เวลส์
และ สกอตแลนด์

DJA

Caerphilly Castle Wales

During the Middle Ages the king's soldiers called knights wore metal armor.
ในช่วงยุคกลาง ทหารของพระราชาที่เรียกว่า อัศวิน สวมหุ้มโลหะ

Leeds Armoury Museum

In the 1500's, the Catholic Church owned 1/4th of England's land. King Henry VIII seized the Church's land. He broke from the Catholic Church in Rome and made the Church of England. Henry VIII was motivated by power and a chance to divorce his wife. These events are called the English Reformation. Many churches and abbeys were ruined.

ใน 1500's โบสถ์คาทอลิกเป็นเจ้าของ ¼ ของแผ่นดินของอังกฤษ King Henry VIII ยึดแผ่นดินของโบสถ์ เขา แยกจากโบสถ์คาทอลิกในกรุงโรม และทำโบสถ์ของอังกฤษ Henry VIII ถูกกระตุ้นโดยการใช้พลังงานและโอกาสหย่าภรรยาของเขา เหตุการณ์เหล่านี้จะเรียกว่าการปฏิรูปศาสนาภาษาอังกฤษ โบสถ์และ abbeys จำนวนมากได้ปรักหักพัง

Whitby Abbey

In 1588, the English stopped the Spanish Armada from invading England.

1588 ชาวอังกฤษได้หยุดลงกองเรือรบสเปน จากบุกอังกฤษ

"Spanish Armada" by Philip James de Loutherbourg from Wikipedia

The British Navy once ruled the seas. At first, these ships were powered by wind and later steam.

กองทัพเรืออังกฤษครอบงำทะเลครั้งเดียว ในตอนแรก เรือเหล่านี้ถูกเปิด โดยลมและไอน้ำแล้วภายหลัง

By Philip James de Loutherbourg from Wikipedia

During the 1700's, in the River Severn valley, Englishmen found clay, limestone, coal and ore. They used the clay to make bricks for a furnace; coal to make charcoal to fuel the fire; to melt the ore; that was cleaned by the limestone to make iron. Many think this was the beginning of the Industrial Revolution where muscle power is replaced by machines.

ระหว่าง 1700's ในหุบเขาแม่น้ำเซเวิร์น ชาว อังกฤษ พบดินเหนียว หินปูน ถ่านหิน และ แร่ พวกเขาใช้ดินเหนียวการทำอิฐสำหรับเตา ถให้ถ่านไป ไฟ หลอมแร่ ที่ถูกทำความสะอาด โดย หินปูน ทำให้เหล็กมากคิดว่านี่คือจุดเริ่มต้นของการปฏิวัติอุตสาหกรรมที่ใช้พลังงานกล้ามเนื้อจะถูกแทนที่ ด้วยเครื่องจักร

ıalbrookdale by Night" by Philip James de Loutherbourg from Wikipedia

This Bridge is made of Iron.

สะพานนี้ทำ กับเหล็ก์

Iron Bridge in Shropshire

The English invented the first locomotive trains.

สะพานนี้ทำ กับเหล็ก

Rocket the first successful train from Wikipedia

England had the world's first modern factories. This factory uses machines to turn cotton into cloth. In the 1800's, England made so many things that it was called "the workshop to the world." Today England imports more products than it produces.

อังกฤษมีโรงงานสมัยใหม่ที่แรกของโลก โรงงานนี้ใช้เครื่องจักรการเปลี่ยนผ้าฝ้ายถึง ผ้า ใน 1800's อังกฤษทำสิ่งต่าง ๆ เพื่อที่ว่า จะถูกเรียกว่า "โรงงานโลกวันนี้อังกฤษนำเข้าผลิตภัณฑ์เพิ่มเติมมากกว่าที่จะสร้าง

Quarybank Mill near Manchester

England has lots of farms. This yellow plant is used to make vegetable oil for cooking.

อังกฤษมีมากมายฟาร์มพืชสีเหลืองนี้ถูกใช้เพื่อทำให้เป็นน้ำมันพืชสำหรับปรุงอาหาร

DJA

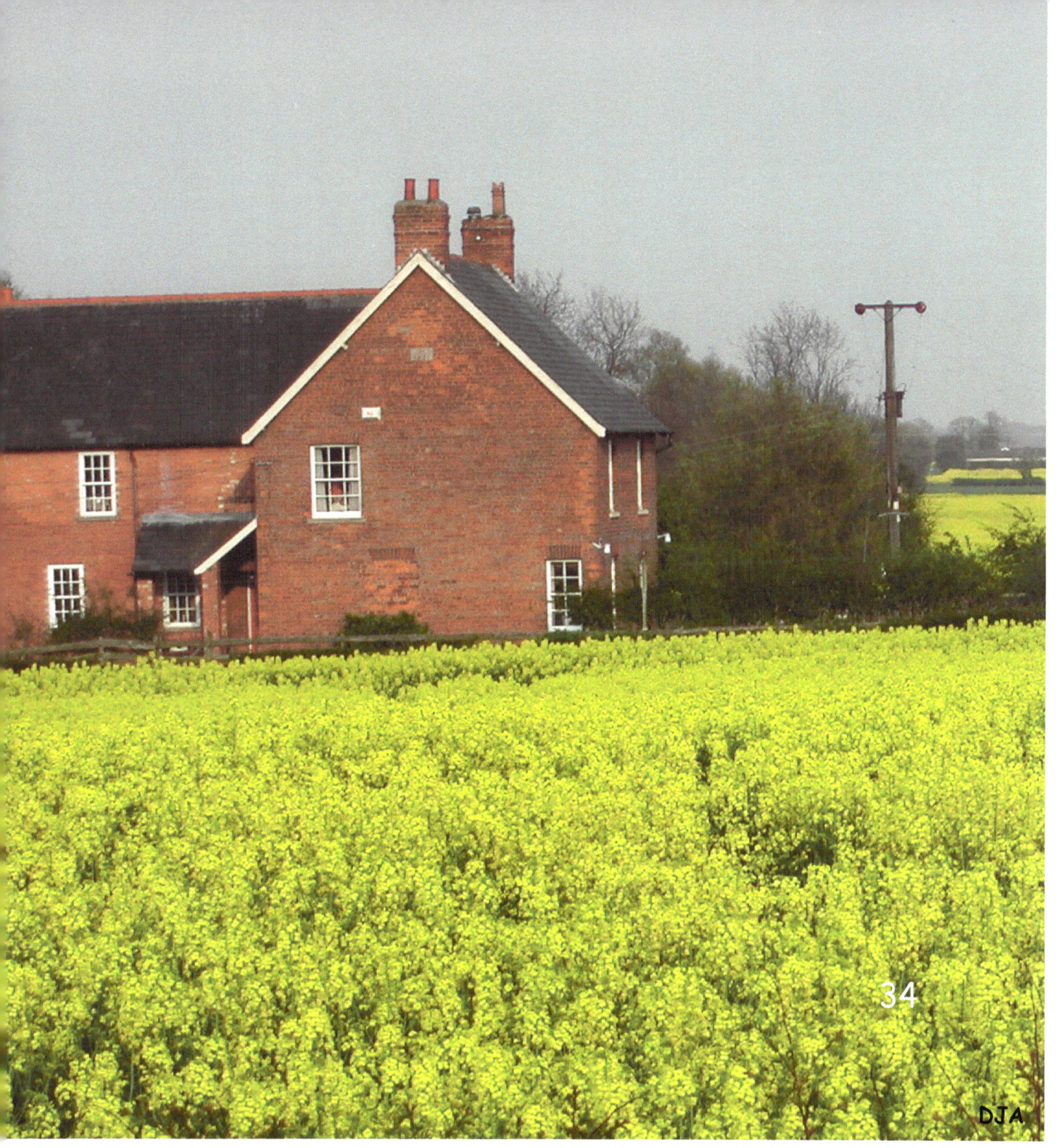

In the countryside, you can see cows and lots of sheep. In the Middle Ages there were more sheep than people in England. Wool was the major export.

ในชนบท คุณสามารถดูวัวและแกะมากมาย ในยุคกลาง มีแกะเพิ่มเติมมากกว่าคนใน อังกฤษ ขนแกะมีการส่งออกที่สำคัญ

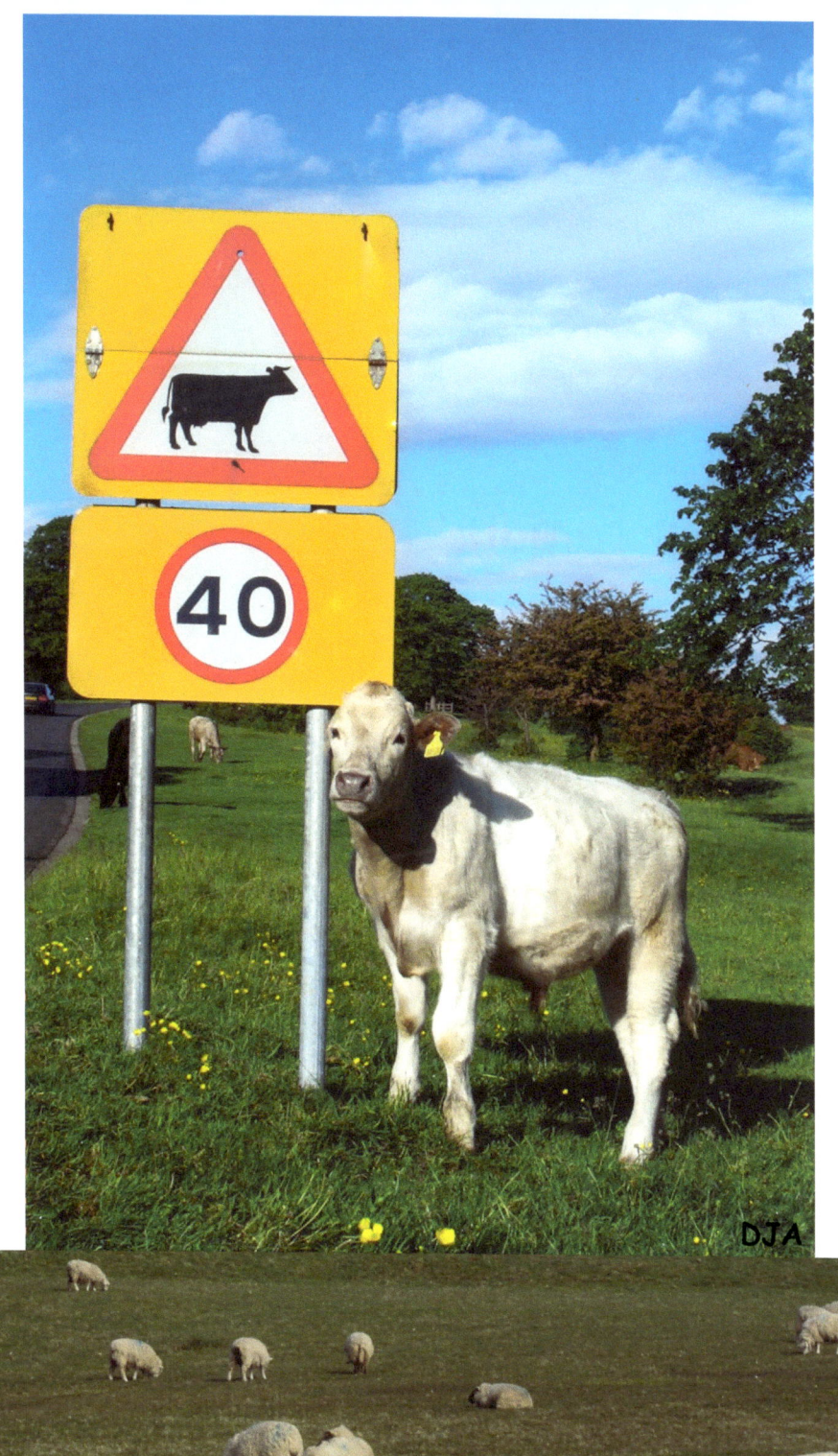

40
DJA

DJA

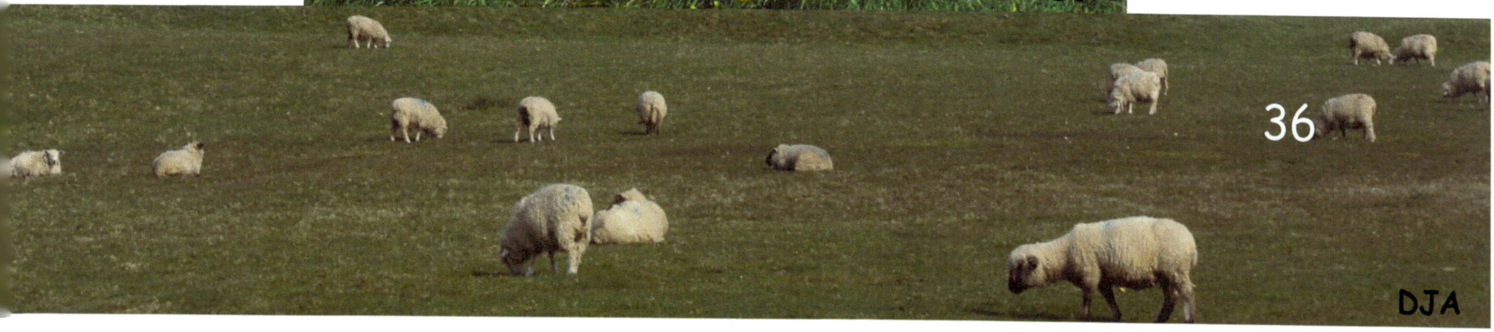

England is famous for its amazing landscape.

ในชนบท คุณสามารถดูวัวและแกะมากมาย ในยุคกลาง มีแกะเพิ่มเติมมากกว่าคนใน อังกฤษ ขนแกะมีการส่งออกที่สำคัญ

DJA

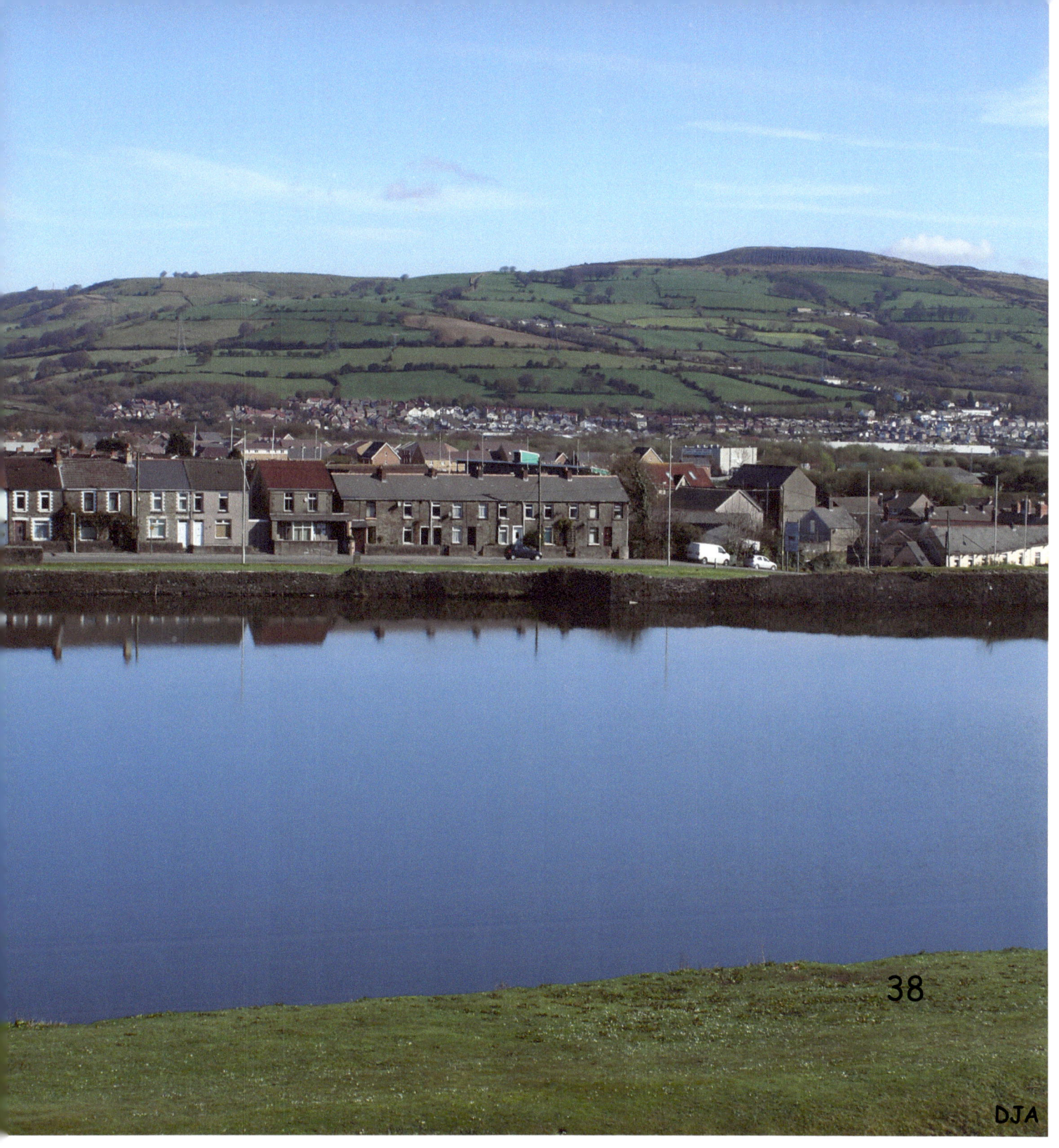

In the Legend of Robin Hood, Robin lived by this bay to escape from the Sheriff of Nottingham.

แม่ในคำอธิบายแผนภูมิของ Robin Hood เขา อาศัย โดยอ่าวนี้หนีจากการนายของนอตติ้งแฮม

DJA

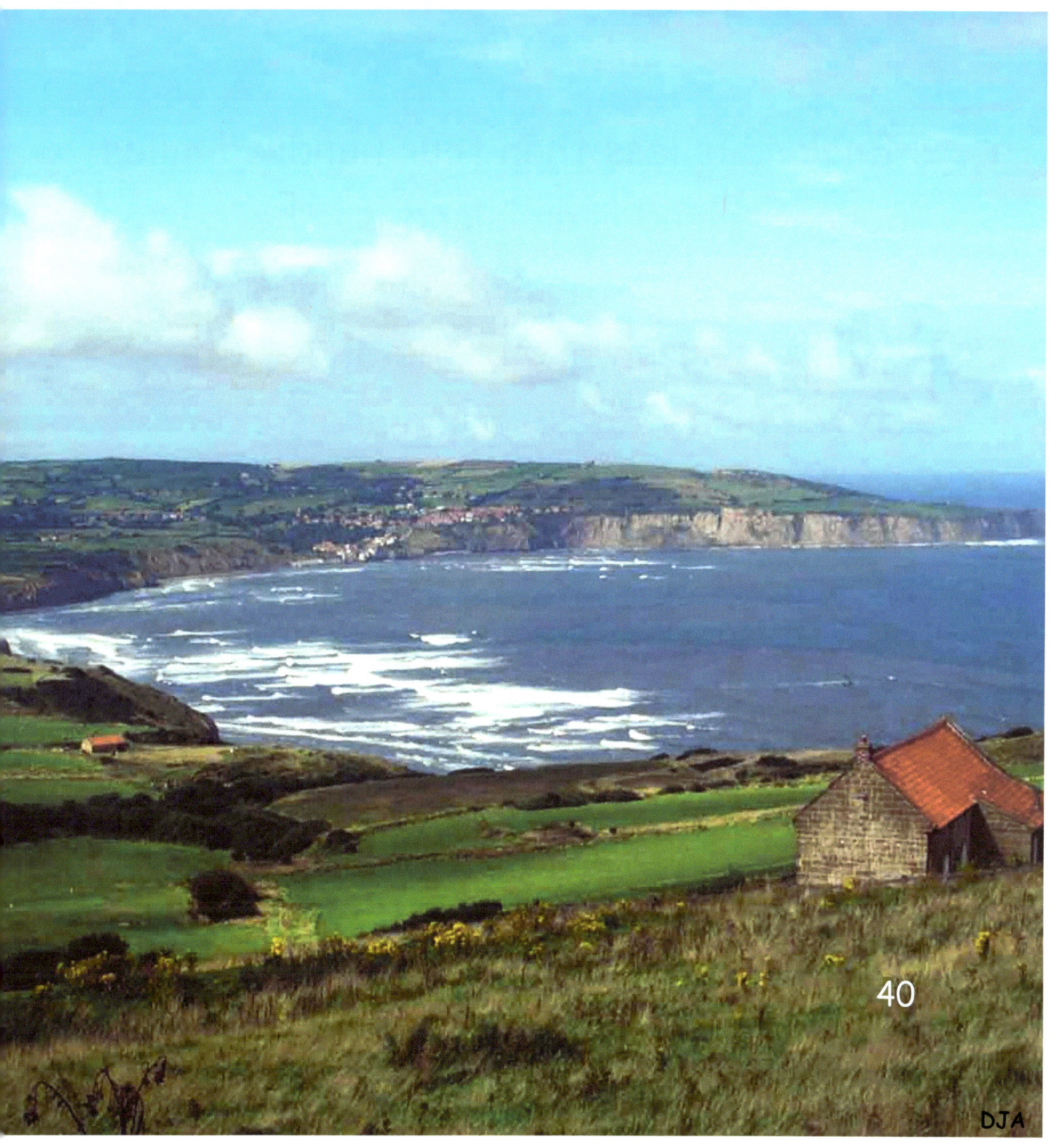

England is less than four hundred miles long. England is an island, so there is no surprise that the sea surrounds it. What is surprising is the different types of beaches. Some are sandy.

ประเทศอังกฤษน้อยกว่าสี่ร้อยไมล์ยาว อังกฤษเป็นเกาะ ดังนั้นจะไม่แปลกใจว่าทะเลล้อมรอบก็ มีอะไรน่าประหลาดใจคือชนิดแตกต่างกันของชายหาด บางส่วนเป็นทราย

DJA

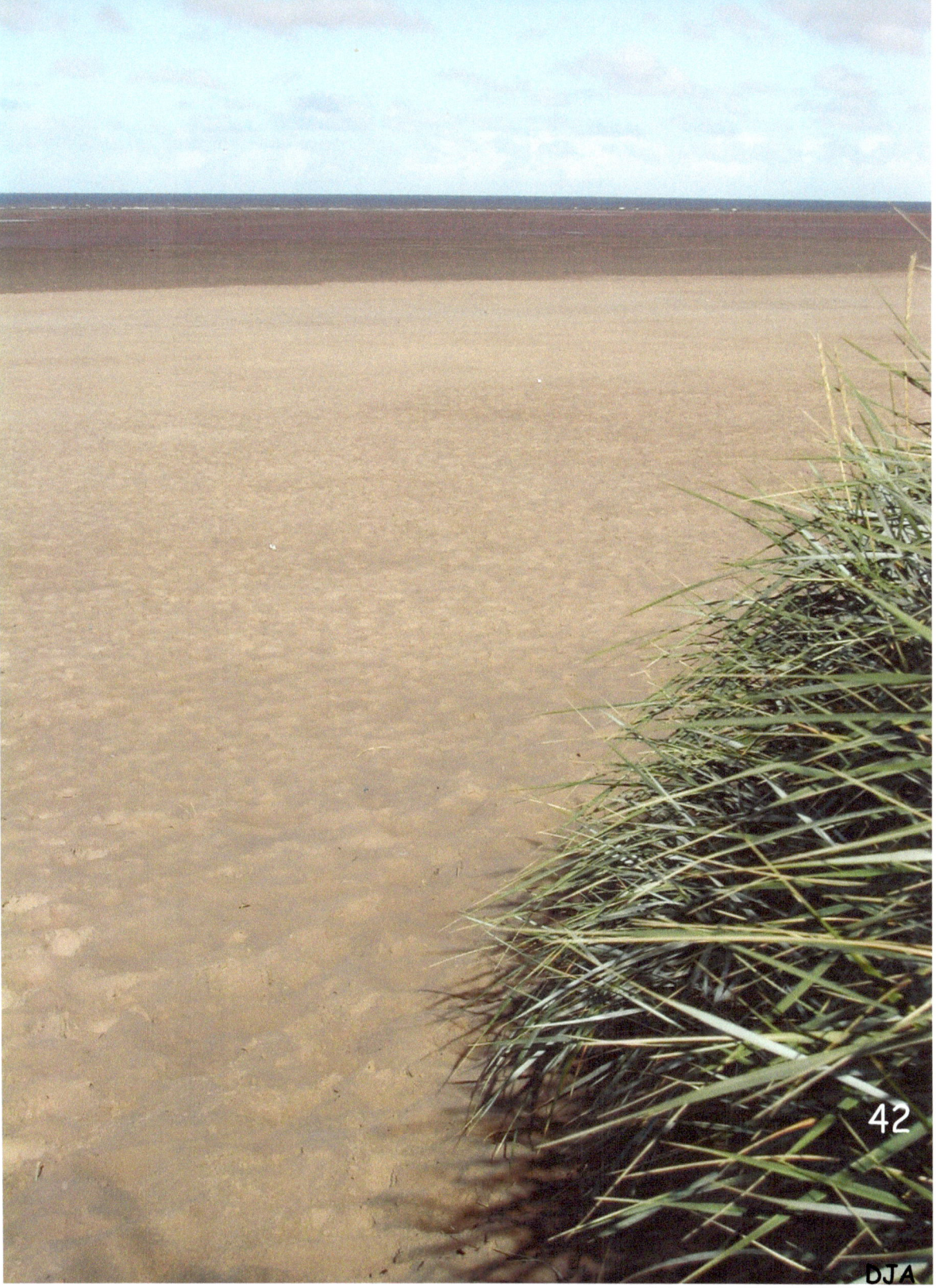

Some are smooth pebbles.

บางอย่างจะ หินเล็ก ราบรื่น

44
DJA

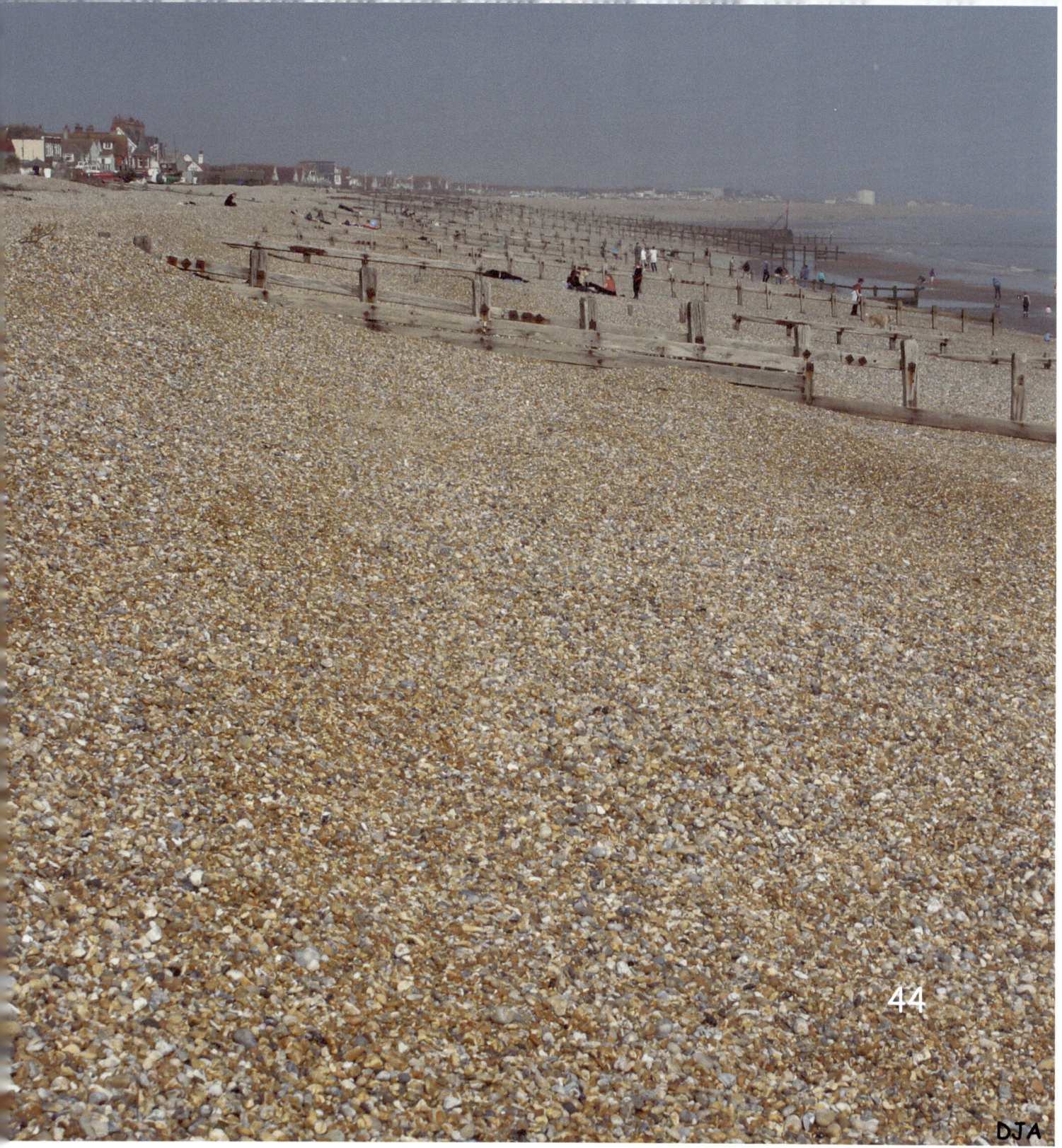

These beach rocks are made of chalk.

หาดหินเหล่านี้จะ ช็อล์ก

Flamborough Point Yorkshire

Rainbows are common in England…

รุ้ง กิน น้ำ อยู่ทั่วไปใน ประเทศอังกฤษ…

DJA

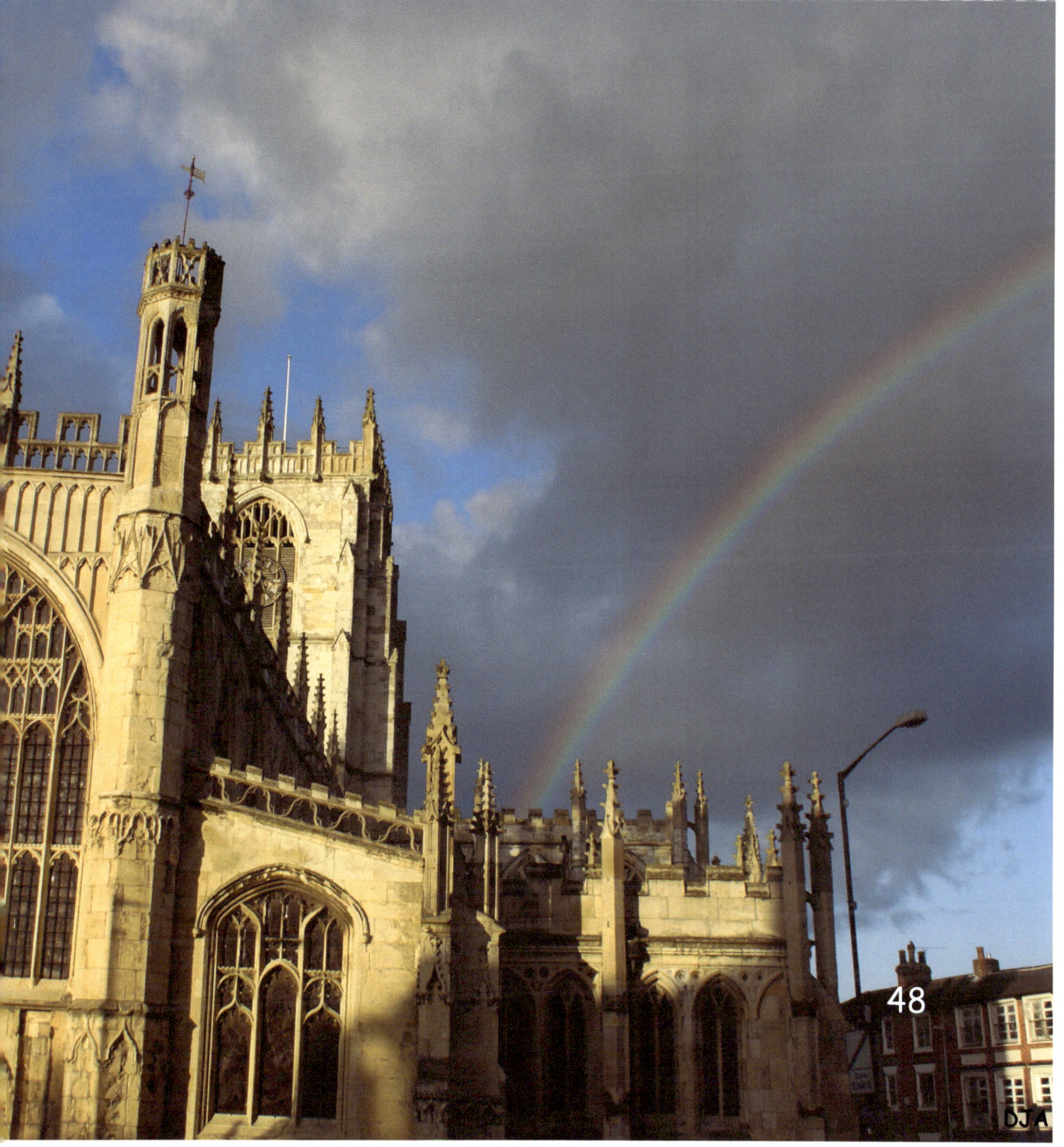

... because it rains a lot. Much of the time it is cool and the skies are gray.
เพราะฝนตกมาก เวลาหนาวและ ฟ้ามากจะเป็นสีเทา

Maybe this is why so many explorers and others moved to sunnier places.
นี้คือเหตุผลที่นักสำรวจที่กำลังมากและคนอื่น ๆ ย้ายไปยังสถานที่ แสง

Englishman James Cook discovers Australia - Wikipedia

The rain makes England green.

ฝน
ทำให้
อังกฤษ
สีเขียว

England is also full of colors.

อังกฤษจะยังเต็มไปด้วยสี

DJA

JA

DJA

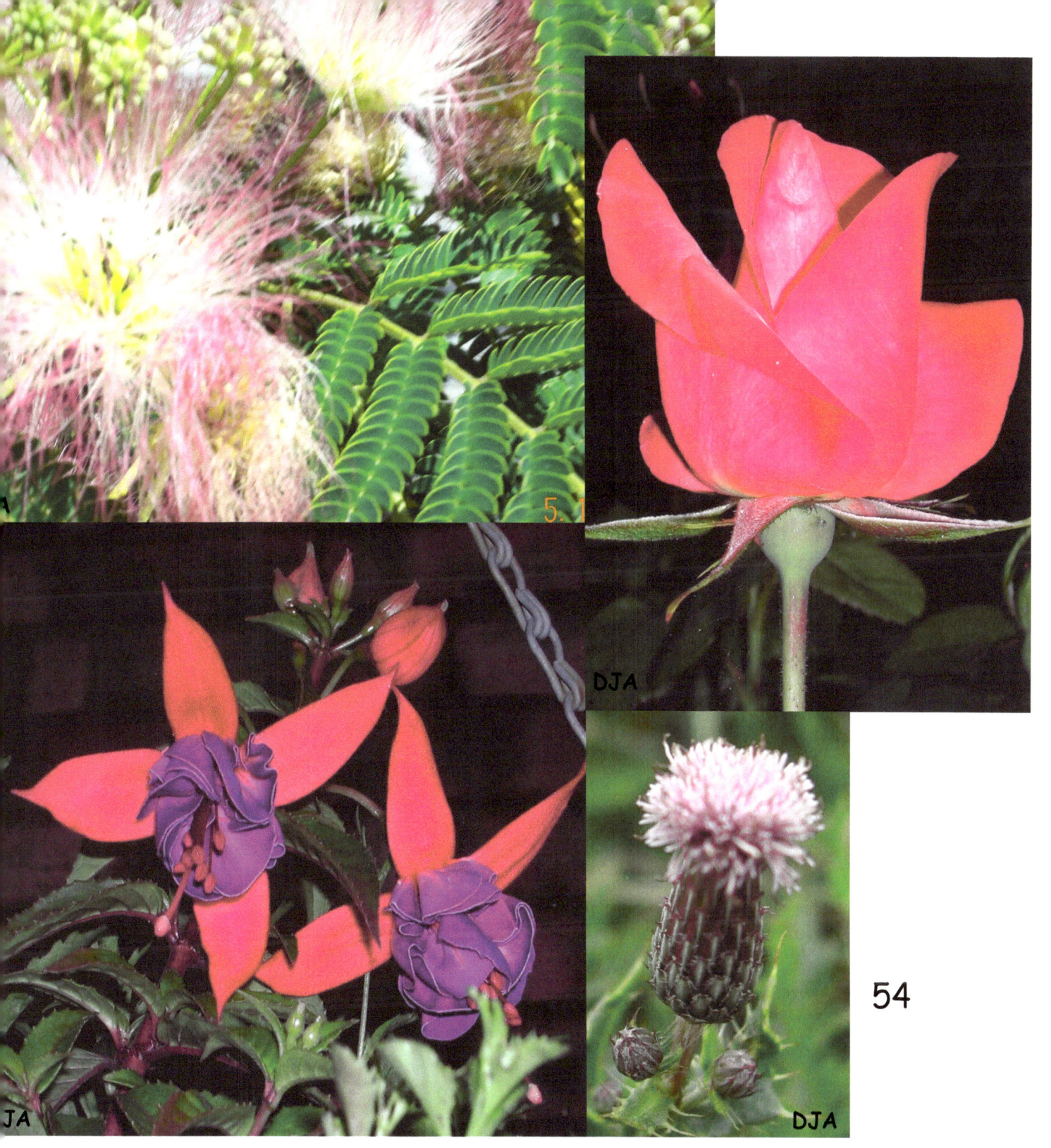

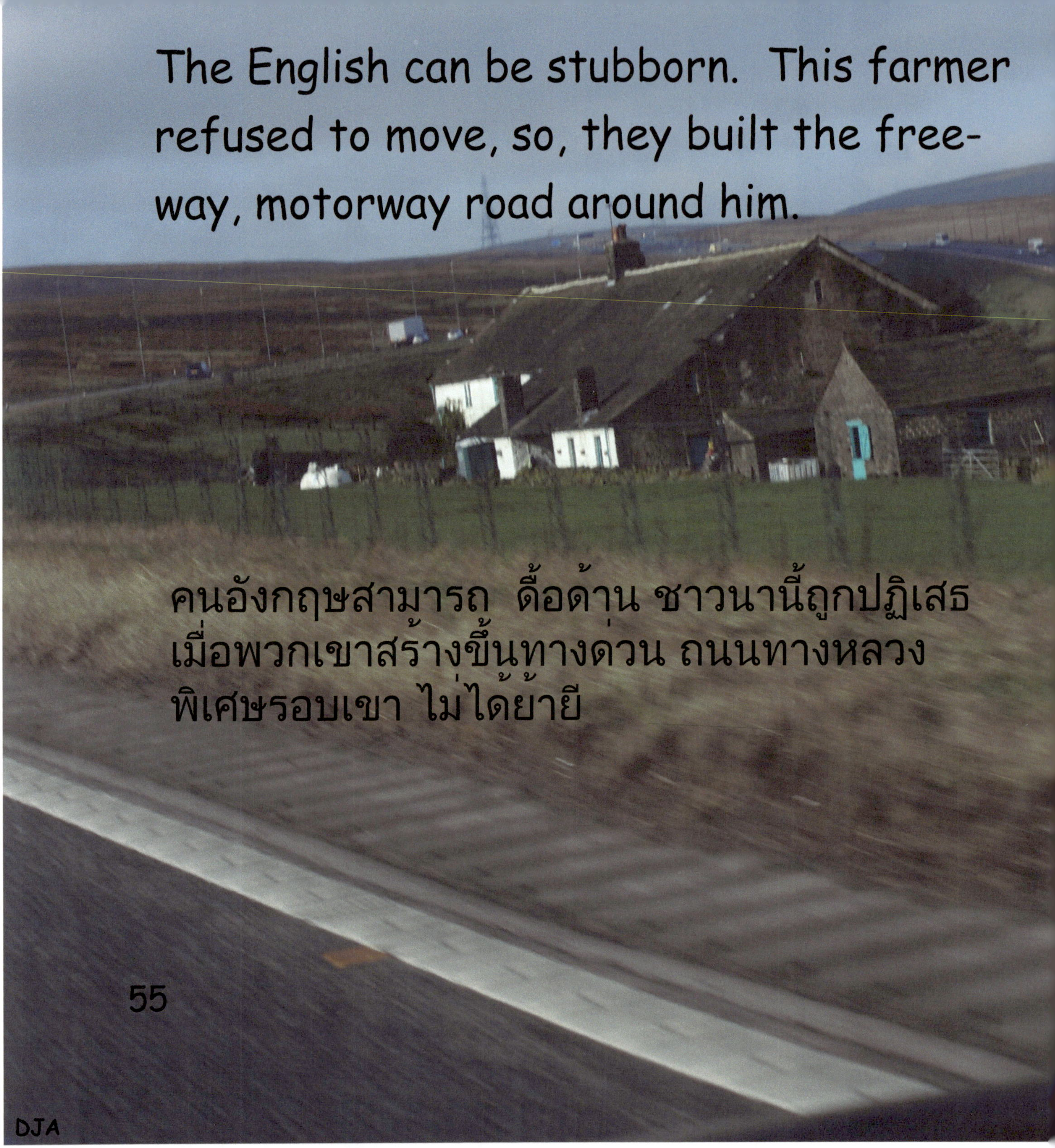

The English can be stubborn. This farmer refused to move, so, they built the free-way, motorway road around him.

คนอังกฤษสามารถ ดื้อด้าน ชาวนานี้ถูกปฏิเสธ เมื่อพวกเขาสร้างขึ้นทางด่วน ถนนทางหลวงพิเศษรอบเขา ไม่ได้ย้ายี

DJA

M62 Motorway

56

England is a mix of old and new.

อังกฤษคือ การผสมกันของเก่า และใหม่

Over 8 million people live in London, the capital of the United Kingdom.

เกิน 8 ล้านคนอาศัยหลวงของสห
ราชอาณาจักรอยู่ในลอนดอน เมือง

DJA

Parliament is England's government. They meet in a building with a huge clock and bell called Big Ben.

รัฐสภาอังกฤษของรัฐบาลได้ พวกเขาพบใน อาคาร ด้วยนาฬิกาขนาดใหญ่และกระดิ่ง ที่เรียกว่าบิ๊กเบน

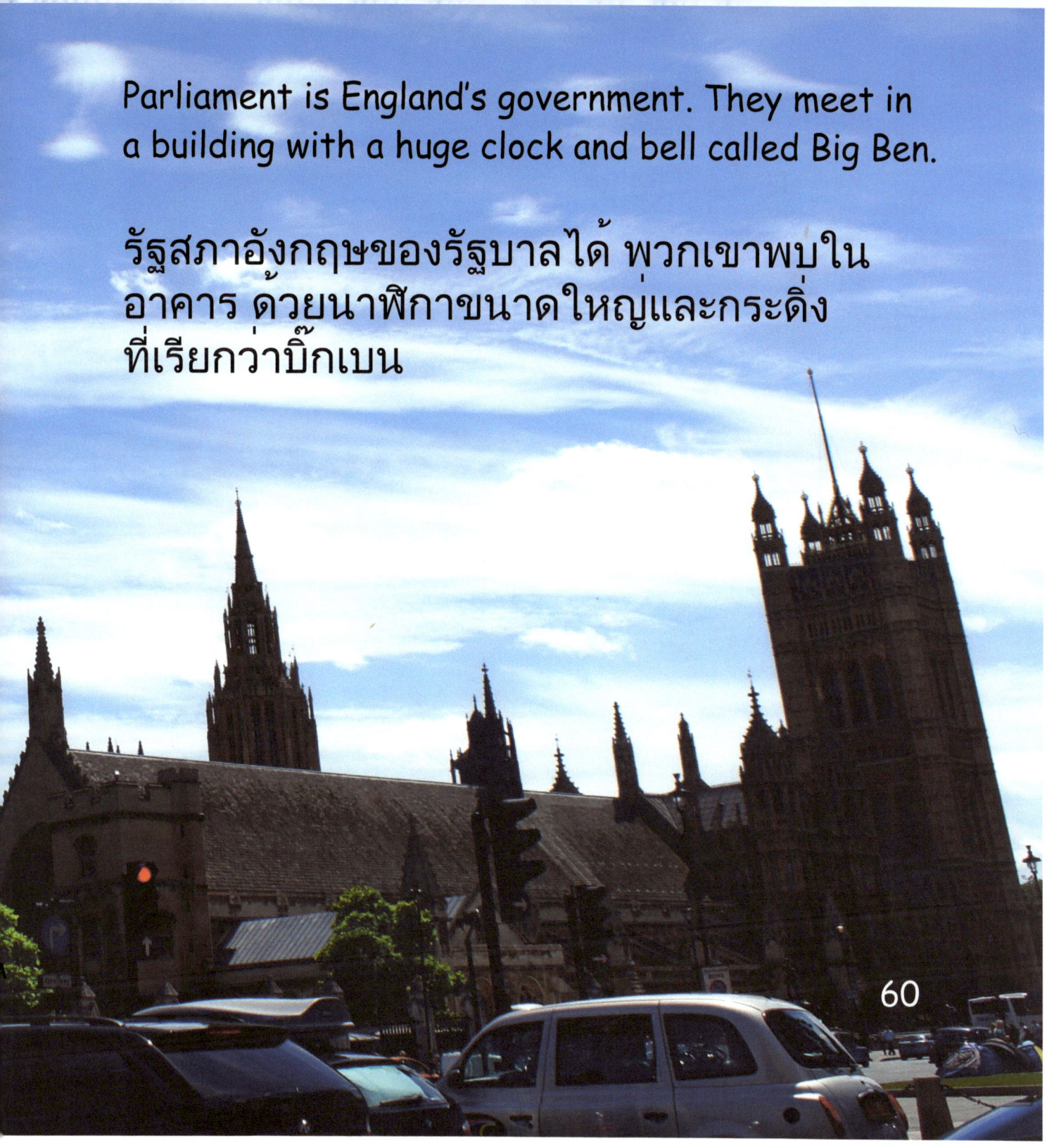

Tower Bridge is over the River Thames.

สะพานทาวเวอร์ อยู่เหนือแม่น้ำเทมส์อยู่ในลอนดอน

During World War II, the first 'computer' was made in England at a place called Bletchley Park. The 'computer' decoded Nazi messages and helped Allies win the war.

ในระหว่างสงครามโลก-2 'คอมพิ้วเตอร์'แรกถูกทำในอังกฤษที่สถานที่เรียกว่า Bletchley Park 'คอมพิวเตอร์' ถอดรหัส ข้อความ นาซี และช่วยในการเอาชนะสงคราม

"Colossus" - Wikipedia

In the past, window glass was not clear. Glass was also expensive and hard to make. Only the rich could afford it.

A new and inexpensive way to make clear glass was invented in England just over fifty years ago. Most of the window glass used worldwide is made by the 'float glass' method. The clever process floats melted glass on hot tin. When the glass cools, you can see through it.

ในอดีต กระจกหน้าต่างไม่ชัดเจนแก้วยังมีราคาแพง และยากที่จะทำให้ รวยเท่านั้นอาจจะให้มัน วิธีการทำแก้วใหม่ และไม่แพงถูกอุปโลกน์ในอังกฤษเพิ่งอายุห้าสิบปี กระจกหน้าต่างที่ใช้ทั่วโลกส่วนใหญ่ทำ โดยวิธี 'ลอยแก้ว' กระบวนการฉลาดลอยแก้ว ละลาย บน ดีบุก ร้อน เมื่อแก้ว เย็น คุณสามารถมองทะลุได้

England's buildings have character.
อาคารอังกฤษมีบุคลิกภาพ

Tower of London - Wikipedia

Tradition is very important. Kings and Queens have ruled England for over a thousand years.

ประเพณีนั้นสำคัญมากพระมหากษัตริย์และสมเด็จได้ครอบงำประเทศอังกฤษได้เป็น พันปี

Henry VIII and George III - Wikipedia

Elizabeth and Elizabeth II - Wikipedia

The English use metric meters, liters and kilograms but their road distances are in miles instead of kilometers. The United Kingdom joined the European Union but kept its own money, the Pound. The rest of Europe uses the Euro for money.

End of
20 mph zone

อังกฤษใช้ระบบเมตริกเมตร ลิตร และ กิโลกรัม แต่ระยะถนนของพวกเขาอยู่ในไมล์แทนของกิโลเมตร สหราชอาณาจักรเข้าร่วมสหภาพยุโรป แต่เก็บเงินของตนเองการปอนด์ ส่วนเหลือของยุโรปใช้เงินยูโรสำหรับเงิน

ONE POUND
TEN PENCE
TWO PENCE
ONE PENNY
FIVE PENCE
TWENTY PENCE
FIFTY PENCE
Wikipedia

England is a land of contrasts. It is old and new; gray and colorful; metrics and miles; country and city.

อังกฤษเป็นดิน เปรียบเที๋ยบ ก่าและใหม่ สีเทา และสีสัน เมตริกและไมล์ ชนบท และ เมือง

Why is England interesting?
It is a small island with a big influence on the world!

ทำไมประเทศอังกฤษจึงมีน่าสนใจ เป็น เกาะขนาดเล็ก มีอิทธิพลเป็นใหญ่ บนโลก

DJA

DJA

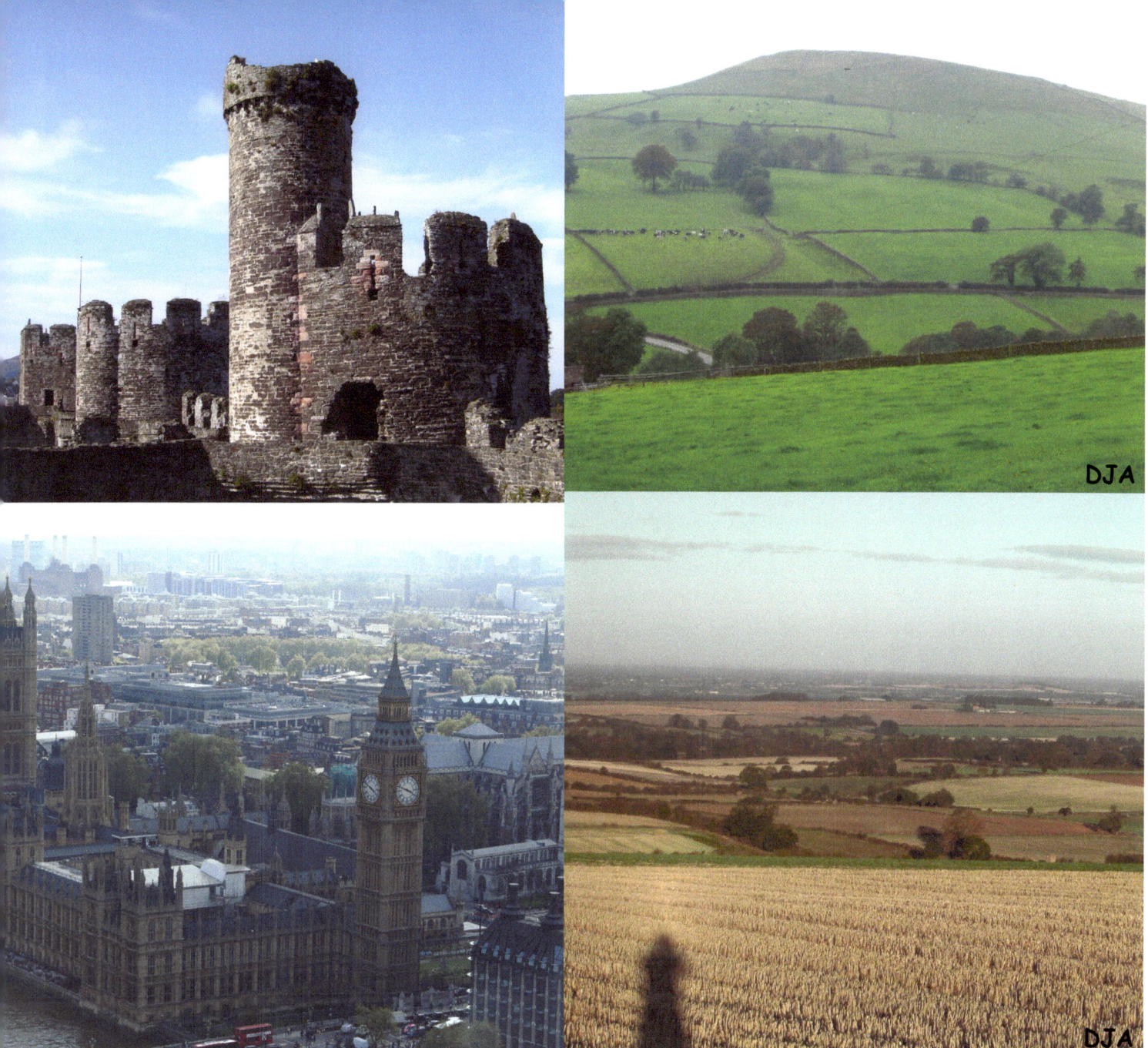

www.ingramcontent.com/pod-product-compliance
Lightning Source LLC
Chambersburg PA
CBHW041119300426
44112CB00002B/27
9781257034260